வேர் பற்றா மரம்

இளவழகன் தங்கவேல்

Made with ♥ on the Notion Press Platform
www.notionpress.com

பொருளடக்கம்

பொருளடக்கம்

பொருளடக்கம்

பொருளடக்கம்

முன்னுரை

புழங்காத நினைவுகளை கொண்டு புது வீடு கட்டும் போது கிடைத்த புதையல் தான் இந்த வேர் பற்றா மரம். இந்த கவிதை தொகுப்பு மனித வாழ்வில் கரம் பற்றா உறவுகளை, உணர்வுகளை , உயிர்களை பற்றிய ஓர் அழகிய பயணம். நீங்கள், உங்களை பெரும்பாலான இடங்களில் இந்த பயணத்தில் பொருத்திப்பார்க்க முடியும். ஏங்கிய கரங்களுக்கு என்றுமே எடை அதிகம் என்பதில் எனக்கு உடன்பாடு உண்டு, அப்படி இருந்தும் இதில் எடை குறைந்த நிலவுகள் இடை கொண்டு இருப்பதை பற்றி அதிகம் எழுதியதாக நினைவு எனக்கு. நாள்தோறும் நாம் சந்திக்கும் மனிதர்கள் தரும் அனுபவங்களை , தேவதைகள் தரும் வரங்களை, தென்றல் அடித்துச்செல்லும் நம் கஷ்டங்களை என் பார்வையில் எழுதியுள்ளேன்.

அனுதாப வார்த்தைகளுக்காவோ
இல்லை
அழுகின்ற எமோஜிக்காவோ நான் ஒருபோதும் எழுதுவதில்லை
அவளை பற்றிய தேடலில்
நிறுத்தங்கள் அதிகம் நாட்களோ நீளம் வழியோ சிக்கல்
இப்படி இருக்கையில்
அவள் இருக்கையை வெறும் முகச்சாயலில் அடைக்க இயலவில்லை
அதனால் அடிக்கடி அடையாளமாய் தேவைப்படுகிறது
கிளை மடித்த வழியாய்
நெடுந்தூரம் செல்ல அவளைப் பற்றிய உரையாடல்.
அசைபோட மறுக்கும் வார்த்தைகளுக்கு
ஆசைகளை அழிக்கும் வலிமை உண்டு.
வாருங்கள் இந்த வேர் பற்றா மரத்தின் விழுதில் வாசித்து கொண்டே பயணிப்போம்....

வாழ்த்துரை

தான் நிறைந்திருக்கும் இடத்தை, தன்னுடைய இயல்பை, அரங்கங்-கேரா காதலை, கனத்த இதயத்தை இப்படி அத்தனை ஆர்பரிப்-பையும் நிதர்சனமாக்கி நேர்மறையாக விவரித்து காட்டுகிறது இவர் எழுதியுள்ள 'இந்த வேர் பற்றா மரம்'. இதில் சோகமோ, கோபமோ, அழுகையோ, அலட்டலோ என நம்மை சிதைத்து கொண்டிருக்கும் அனைத்தையும் அவை சிதைவுகள் அல்ல நீங்காத நினைவுகள் என அமைத்து நாமே நமது நாட்களை எட்டிப்பார்த்து இளைப்பாறுவது போல் எளிய மொழியில் கனமான விஷயங்களை சொல்லியிருக்-கிறார். காதலினாலோ எதோ ஓர் பிரிவினாலோ தற்போது வாழ்த்-துகொண்டிருக்கும் நாட்களில் கடந்த காலத்தை எண்ணி வெறு-மைக்கு உடப்படும் எல்லா இதயங்களுக்குமான ஒரு ஆறுதலாக 'வேர் பற்றா மரம்' அமைந்துள்ளது. மிக ஆழமான நெடிய இன்னல்-களுக்கு உட்பட்டிருக்கும் மனிதர்களைச் செழுமைப்படுத்தி நினை-வுகளை எண்ணி தினந்தோறும் அசைப்போடுவது வரமே என்பதை அவ்வளவு உவமைகளையும், உருவகங்களையும் சுட்டிக்காட்டி எழு-தியிருக்கிறார் 'அண்ணன் இளவழகன்'. இதயங்களாலும் நினைவு-களாலும் நிகழ்வுகளாலும் வாழ்வின் உச்சகட்டம் வரை சேர்ந்தே இருக்கலாம் உடனிருக்க உடல்கள் அவசியமில்லை நல்ல உணர்வு-களையும் நினைவுகளையும் யார் மீதாவது அளப்பரிய அன்பையும் ததும்ப ததும்ப தேக்கி வைத்தலே போதும் என்பதை வார்த்தை சாரல்களால் தெளித்துவிட்டுக்கிறார். இதில் நான் பயணித்த பார்த்த நெகிழ்ந்தவற்றை நீங்களும் அனுபவிக்க ஆசைப்படுகிறேன் அவ்வ-ளவுதான். அன்பு அண்ணனுக்கும் வாழ்த்துக்கள்!

"உடனிருக்காமல் பயிலும் அன்பே ஆகச்சிறந்தது"

அன்பு தம்பி,

இரா. இரஞ்சித் (மிளிரும் இரவுகள்)

நன்றி

- எழுதுவதற்கு தாராளமாக வார்த்தைகளையும் , பரிசுகளாக பல நினைவுகளையும்
  கொடுத்த Crush.
- எது எழுதி அனுப்பினாலும் தோழிகளுக்கு உடனே பரிசாக அனுப்பி மகிழும் தம்பி ரஞ்சித் ராமசந்திரன்.
- நிறைய எழுதுவதற்கு ஊக்குவித்த மிஸ் கண்ணம்மா மற்றும் காயத்ரி சிவசாமி.
- Cover Photo க்கு ஐடியா கொடுத்த நண்பர் நல்லபெருமாள் தனபாலன்.
- நண்பர்கள் பெர்ஷிலா P, நவீன்குமார் N, பாண்டிதுரை M, ரமேஷ் N, கோபிநாத் K, உதயநிதி R, மணிகண்டன் P மற்றும் அனைவருக்கும் நன்றி.

1. முதல் காதல் கதை

கண் திறக்கா கடவுள் அவனோ,
காண துடிக்கும் உலகை
பெண் ஒருத்தி பிடித்துக்கொண்டாள்.
பிடித்துக்கொண்ட பித்தால்,
போர்த்தொடுக்க போகும் அவனோ,
போதை பழக்கம் இல்லாதவன்.
ஆயுதங்கள் தாங்கி,
அழித்து ஒழிக்க ஆயத்தமாக.
எதிர்புறமோ,
ஏவாளின் சாயலில் ஒருத்தி,
வாள் அது வளைந்து போக
வீசும் ஓர் பார்வை,
வரவை எதிர்பார்த்து
வளைவாய் ஆடும் கொடி போல் கூந்தல்.
முகம் பார்க்க முடியாமல்,
மூச்சு வாங்குகிறது இவனுக்கு.
இரக்கமே இல்லாதவன்,
முதல்முறை இறங்கி செல்கிறான்,
உறைபனி நடுங்கும் குளிராக உள்ளம் அதிர.
கவிதை உதிர்க்கும் இதழில்,
ஓர் காட்சியை காண்கிறான்,
தன் கனவெல்லாம் மறந்து,
காலடி விழுந்து,
அவள் காதல் கதையை செய்கிறான்.

2. வாலில்லா குரங்கின் காதல்

வேர் பற்றா மரத்தின் விழுதில்
வாழும் வாலில்லா குரங்கு,
நாள்தோறும் விழுந்து வாரி
நடந்து பழகுகிறது.
அழுது புலம்பி வளர முற்பட்டு,
அழகி ஒருத்தி முன்னே மிரண்டு நிற்க,
ஊமைகளின் ஊடே ஊர் சுற்றி திரிந்ததால்,
மறந்த பேச்சால்
பித்து பிடித்தது போல்
பிடித்தது அவளை.
கிள்ளிப்பார்த்து சொல்லி கொண்டது,
கனவல்ல நிஜமென்று.
மெல்ல செல்லும் வெள்ளை தேரே,
நின்று கொஞ்சம் நீ செல்வாயா?
மிச்ச வாழ்வை அது மீட்டுக்கொள்ள...

3. பனித்துளியின் பயணம்

உலர்ந்து விட்ட பனித்துளி
புல்லிடம் விட்டு செல்வது
தனிமையின் தாகமா ?
இல்லை
சுமைதீர்த்தலின் விமோசனமா..!

முகச்சாயல்

அலுப்பற்று ரசிக்க அத்தனை பொருத்தம்
அவ்வபோது ஓர் ஆச்சர்ய குறி !
பெரிதும் ஆராயாமல்
பேரலை போல் துரத்தும் பார்வை
இப்படியோர்
அழகை விவரிக்க அடிக்கடி தேவைப்படுகிறது உன் முகச்சாயல்...

4. சிலையின் காதல்

ரகசிய இரவில்,
ரசிக்கும் தொலைவில்,
ஆழ்ந்த உறக்கத்தில்,
அழகான கனவு.
அரிதாக தோன்றும்,
அரிதாரமற்ற முகம்,
அறிமுகமோ, அவ்வளவாக அகப்படவில்லை.
அழைக்கப்பட்ட பேரன்பின் பெயரில்,
கண் திறக்காத கலை சிற்பம்,
ஒன்றோ,
காதலிக்க துடிக்கிறது.

★

5. ஏந்திழை

வெறும் சுவற்றுக்கு வெள்ளை அடித்து,
இருட்டில் நின்று
நிறத்தை தேடும் கிறுக்கன்.
வெறும் காற்றுக்கு ஆடை அணிவித்து,
விண்மீனை கூட்டிக்கொண்டு,
இல்லாத இரவில்,
வெறும் கையில் உலகையே பிடித்து,
வெண் நிலாவிற்க்கு சோறூட்டுவதாய்
நினைக்கும்,
வெறுமைக்கு விடைதருவதாய் அமைகிறது,
வலதுகையில் வடிக்கப்பெற்ற
ஏந்திழை அவளின் பெயர்...

6. ஆண்களின் அழுகை

அருவிப்போல கொட்டாமல்,
அகப்படாத தூசியைத் தேடி
அலையும் கையினுள்
அழகாக மறைந்து கொள்கிறது ஆண்களின் அழுகை ...

7. அழகென்ற பெருநதி

மெனக்கெடலுடன் எழுதி முடிக்கும்
கவிதைகளுக்கு
மெல்லியதாக உன் சாயம் பூசாமல் செல்வது
அழுது காணத்துடித்த கடவுகளின் வரவை
கண் மூடி தரிசப்பது போல கண்மனி...

சேற்றிலும்
தெளிவாக தெரியும் முகமவள்
அள்ளிய போதே
அரண்டுபோயி
ஓட ஆரம்பிக்கிறது
அழகென்ற ஆணவம் கொண்ட
அந்த பெரு நதி.....

8. வெந்நிலவின் முகம்

அணைகின்ற காற்றில் அலைபோல கூந்தலும்,
ஆரவாரம் ஏதுமின்றி அசைந்தாடும் அணிகலனும்,
மை- தின்ற விழியதில் மதிலிடப்பட்ட புறுவமும்,
காவியங்கள் காணாத கன்னி அவளின் உதடும் சேர,
விளக்கிற்க்கும் ஒளியூட்டும் இவ்- வெந்நிலவின் முகம்.

கண்கள் அதிகம் கொண்ட
ஜன்னல்களுக்கும் காதல் உண்டு.

9. கண்ணேறு கழித்தல்

கண்ணேறு கழிக்க
கால் கொண்ட கயிறும்
நுதல் போல ஒளி வீச
நெற்றி கொண்ட பொட்டும்
நிறைக்கும் நிலவின் பொலிவை அவளுக்கு அணியாய்.

10. வரம் கொடு கண்மணி

நடு இரவில்
நட்சத்திரம் அற்ற வானம்,
இருந்த துணை ஒன்றும் இல்லாமல் போக,
பொல்லாத இரவில் தனிமை துலைந்து,
பொழுதுகளை விரும்ப ஆயத்தமானேன்.
வழி எங்கும் வரும் ஒளி விழியதை விழுங்க,
பாதை ஏதும் அறியாமல்
போதையில் திளைக்கிறேன்.
அழகு என்ற அதிசயம் காண,
மொழியேதும் அறியா இம்முகதேசத்தில்,
விழுந்த உன் பிம்ப நிழலில்,
இலக்கு ஏதும் இல்லாமல்
வீழ்ந்து கிடக்கிறேன்.
வாழ்ந்து பார்க்க வரமொன்று வேண்டும்,
தருவாயா கண்மணி?
தள்ளாடும் வயதும்,
தலைசாய்ந்து
இல்லாத சண்டையை என்றுமே செய்ய...

11. நிழற்குடை நிலவுகள்

எடை குறைந்த நிலவிடம்,
இடையை பிடிங்கி இங்கொருத்தி,
வைக்காத வரவாக வைத்திருக்கும் கண்கள்
எப்போதும் நிற்காத பேருந்தொன்று
இப்போது இடைமறிக்க,
ஆம், இடைமறைக்க
இங்கோ,
ஒளியில் சிதறும் ஓவியமாக
இன்னொருத்தி..

★

12. சென்னையில் சில மணித்துளிகள்

மாடி மேல் பறக்கும் விமானம்
கூட்டத்தில் சிக்கிய மின்சார இரயில்
பிணத்தை தொடர்வதாய் நினைத்து செல்லும் பேருந்துகள்
ஆம்புலன்ஸ்களுக்கு
அடிப்படை சொல்லித்தரும் ஆட்டோக்கள்
என
இரைச்சலுக்கு பழக்கப்பட்ட இவ்வாழ்வில்
இன்பமாக ஓர் குரல் உண்டெனில்
அது
உன் பெயர் கொண்ட
குழந்தையை கத்தி அதட்டும் தாயினது...

13. மனிதனின் ஆசை

அர்த்தமற்று வாழும்
இந்த அல்ப மனிதனுக்கு
வாழ
ஆசை பிறக்கிறது கண்மணி
கலையில் பிறந்த பொன்சிலை உன்னில் கண்கள் இமைக்க...

★

<u>பேரன்பு</u>

யாரும் இல்லையென அழுவனுக்கு
காக்கை தனது பேரன்பின் எச்சத்தை பரிசளித்து செல்கிறது.

14. ஆயுதமற்ற யுத்தம்

ஆழ் கடல் நீந்தி கரை சேரும் அலை போல்
வான் துணையின்றி வந்து இறங்கும் நிலவாய்
தேன்சுவை அதனின் தித்திக்கும் பேச்சால்
ஆள் கொல்ல அம்புகளை எறிகிறாய் கண்மணி
ஆயுதங்கள் ஏதுமில்லை; அத்தனையும் எனை தாக்கும்போது
ஆகவே கேட்கிறேன் தஞ்சமாக தருவாயா இடம் கொஞ்சம்...

15. ஒத்திகை

இப்படிக்கு காதல் என,
காலம் ஒருநாள் கடிதம் எழுதலாம்.
இக்காயங்கள் எல்லாம் இல்லாமலும் போகலாம்.
சொல்லாமல் போன மௌனங்கள்
மெல்லமாய் திரும்பலாம்.
எரிந்து போன பக்கங்களில்,
தொலைந்து போன உன் பொன்முகமும் தெரியலாம்.
பிரிந்து போன சிரிப்பை பொருத்திப் பார்க்கவும் நேரலாம்.
முறிந்து போன உறவொன்று மீண்டும்
துளிர் விடலாம்.
ஆகவே தான் சொல்கிறேன்:
முடிவு என்பதே இன்னொரு தொடக்கத்திற்கான ஒத்திகையே...

16. முள்ளின் கதை

தூண்டில் முள்ளில் சிக்கிய மீன்,
மீண்டுமொரு முறை
தொண்டையிலும் சற்று சிக்கி பார்க்கிறது
வலிக்கிறதா என...

<u>கடவுளின் தரிசனம்</u>

நாத்திகம் பேசும் அவன்,
வாரந்தோறும் வெள்ளிக்கிழமை
கடவுகளை பார்க்க கோவிலுக்கு செல்வதாக செய்தி.
ஆச்சரியம் என்னவெனில்,
அந்த ஒருநாள் மட்டும்
நீ அங்கு செல்வதே...

17. நெகிழியின் நினைவாற்றல்

அந்தி பொழுதுகள்
அப்போது உமக்கானதாகவே இருந்தன.
இருளை நான் விரும்பியதே இல்லை,
உன் இருப்புடனே
உயிர் வாழ ஆசைப்பட்ட காலங்கள் அவை.
சாலைகள் அளக்க நம் காலடியும்,
பூமியை இணைக்க நம் கைகளும்
படைக்கப்பட்டதாய் நம்பிய காலங்கள் அவை.
ஆம், இருந்தன.
ஆழ்மனம் திறந்து அலசிப் பார்க்க,
அனைத்து முகங்களும் தெரியும் இவ்வேளை,
ஓராயிரம் நினைவுகள் உனைப் பற்றி.
உன் நிழல் தரும் மரம்,
இன்றோ நெருப்பை கக்குகிறது.
துடிக்கும் மீனை தூக்கிலிடும்
தூண்டிலின் பிடியில்,
நெகிழியின் நினைவாய்
நீ தந்த வலிகள்.

★

18. மரித்து போன நினைவுகள்

அனாதையாக்கப்பட்ட நெடுஞ்சாலை,
அதில் ஆமை வேகத்தில் நகரும் வண்டிகள்,
அலங்கார விளக்காக
அணைத்து அணைத்து எரியும் சாலை விளக்குகள்.
அதில்,
வெளிச்சத்தை மெதுவாக தின்று தீர்க்கும் இரவுகளில்,
மங்கிய ஒளியில் தெளிவான முகமென,
மறுபடியும் மலர ஆரம்பிக்கிறது
மரித்து போன அவளின் நினைவுகள்...

19. மஞ்சள் வெயிலில் ஓர் மல்லிகை

இழைத்து தேற்றிய மஞ்சள் வெயிலில்,
இடை மெலிந்து பெண் ஒருத்தி,
இமைக்காத சிலைபோல்
யாருக்காக காத்திருக்கிறாள்..!
தேவலோகத்தின் தேருக்காகவா..?
இல்லை,
மையல் கொண்ட மயக்கத்தில்
இறுகிப்போன இதயம்,
இன்னும் கொஞ்சம்
இளகி போகவா..?

★

20. நடைபாதை மனிதர்கள்

ஓடிட்டு இருக்குற இந்த உலகத்துல,
ஓரமா ஓர் வாழ்க்கை,
சில பேருக்கு அவங்களைப் பார்க்க கூட நேரம் இருக்காது,
ஏன்னா அவங்க ஏதோ பாவம் பண்ணதா நெனப்பு.
பசின்னா என்னான்னு தெரியாம
வாழ்ந்துகிட்டு இருக்கவங்க மத்தியில்,
பசிய தவிர வேற ஏதும் தெரியாத கூட்டமும் இருக்கு.
நீட்டுன கைய யாராவது இறக்க மாட்டாங்களானு
நினைக்கும்போது,
நிறைய பேருக்கு நிமிர்ந்து பார்க்க கூட நேரம் இருக்காது...
கிடைச்ச இடத்தை குடிசையா நினைச்சு தூங்குனா,
கொசுவும் கூட வரும் கூட்டணிக்கு.
இரயிலடி சத்தத்தை ராஜா பாட்ட நினைச்சுட்டு,
வழிப்போக்கனை நம்பி வாழும் ஓர் கூட்டம்...

★

21. ஆறுதலுக்கு அவள் முகம்

அப்போதெல்லாம்
விழுங்கும் விழியால் விசாரிப்பாய் ,
விலாசம் மறந்து போனாயோ கண்மணி !
இருக்கட்டும்
இன்னும் கொஞ்ச நேரம் தான்
இரவு வரும்
முகத்தை நினைவூட்ட வெள்ளை நிறத்தில் ஓர் விண்மீன்
காதோடு உரசும் சிமிக்கி ஆட பாட்டு
உன்
சிரிப்பை கொண்டு வந்து சேர்க்க இளங்காற்று
சேர்த்து வைத்த நினைவை தின்று தீர தனிமை
துணைக்கோ உன் துப்பட்டாவை போர்த்தியது போல்
காரிருள் வந்து கதை கேட்க ஆரம்பிக்கும்
அப்போது சொல்லிக்கொள்கிறேன்
இரவலாய் இரவு தரும் உன் முகம் பற்றி...

22. வாழ்வின் காலம்

இங்கு வாழும் காலம்
பல வருடங்கள், தசாப்தங்கள் என்ற மாயையில் இருக்கிறது.
என்னை பொறுத்தவரை,
நாம் அனைவரும் சில நொடிகளின் பிடியிலே
மீண்டும் மீண்டும் உலகை சுற்றி வருகிறோம்.
அது,
சிலருக்கு விரல் கடிக்கா செருப்பு,
சிலருக்கு அது வெறுப்பின் மிச்சம்,
சிலருக்கு அது வேண்டுதலின் நிறைவேற்றம்...

23. தீராப்போதை

ஆதவன் அலைக்கடல் நீந்தி ஆர்பரிக்க,
வேலை நேரம் நீட்டிக்க வேண்டி,
நிலவு மறைய மறுக்க
அரை தூக்கத்தில் அணையாத
தெரு விளக்குகள் எரிய,
இசைப்பாட எழுந்து நிற்கும்
குயில்களின் தலைமையில்,
அலாரம் போல் அடிக்கும்
கோவில் மணியில்
அவளைச் சேர காத்திருக்கிறது மலர்கள்.
மை தின்ற விழி,
மயிலிறகின் கூந்தல்,
மங்காத மதியின் முகம் பொருந்தி,
கண்ணேறு கழிக்க சிறு பொட்டுடன்,
மின்னலுக்கு ஒளி கொடுக்கும்
மூக்குத்தியுடன்.
சிக்கனமில்லா சிரிப்பு கொண்டு,
சங்க தமிழ் காணாத பாடலாய்
சங்கீதம் பாடும் வளையலுடன்.
நில்லாமல் தள்ளாடும்
பூமி போடும் தாளத்தை
மெல்ல பார்த்து சிரிக்கும் அவளோ,
நான் தினம் கண்டாலும் தீராப்போதையின் தேடல்...

24. மன(னித)தின் சிறை

தான் வளர்க்கும்
பறவைக்கும் பகல் நேரத்தில்
விடுதலை தரதுடிக்கும் பாவி
அவளே
பாவம் ஏதும் பார்க்காமல்
பார்வையில் படாமலிருந்து
எனை சிறையில் அடைக்க துடிக்கிறாள்.

கண்களின் வழியே காணும் தூரம்
காதல் கணக்கில் சேராது;
என் இமை இடுக்கில் சேர்த்த
உன் பிம்பம் ஒருபோதும் எனை நீங்காது
தேங்கி, தேங்கி அடைப்பட்ட நினைவோ இங்கு தேரொட்டம் எனை கேட்க,
வங்கியில் கடனாக வாங்கிய தைரியம் கொண்டு,
நான்
வருவென் உனை சுமக்கதான்....

25. நினைவின் பசி

பழுத்த நினைவுகளை
தின்று தீர்த்து இரவு
பசியில் தள்ளாடுவதாய் ஓர் செய்தி
சற்று திரும்பி பார்
முடிந்தால் புன்னகைத்து செல்
உருவாகும் நினைவுகளை
உணவாக கொண்டு
உறங்க வைக்கிறேன் இந்த இரவை அழகாக...

26. தோழிக்கோர் எச்சரிக்கை

ஆற்றுமணலை கொள்ளையடிக்கும்
அரசியல்வாதியைப் போல,
அடிக்கடி உன் புகைப்படம்
திருடப்பட்டு இருக்கிறது.
வீண் வம்பு செய்யும்
வீஏஓ போல,
குறுக்கே வரும்
உன் தோழிக்கோர் எச்சரிக்கை,
மணல் லாரிகள்
பிரேக் பிடிக்காமல் போவதாய் செய்தி.

27. விபரீத விருப்பம்

ஒளி வழி தடுமாறும் இருளில்
ஊர்சுற்றும் நிலவொன்றை
துரத்திச் செல்லும் தனிமையாய்
என் நினைவுகள்.
ஓய்வு விரும்பும் இதயத்தில்,
ஓயாமல் விரட்டும் கடலலையில்,
மூட மறுத்த விழியின்
மொத்த சேமிப்பாய்
என் இரவுகள்.
எண்ணிக் கொடுத்தாலும் பரவாயில்லை,
வட்டியுடன் வாங்கிக்கொள்ளலாம்,
கந்துவட்டிக்காவது வாங்கி கொடுங்கள்,
கடனாக சிறு தூக்கத்தை சீக்கிரமாக.
எனக்கும் ஆசையுண்டு
காலைப்பொழுதையும்,
கதை பேசும் பறவையும்,
காற்றில் வீசும் கலப்படமில்லா
காதலையும் காட்ட,
தலை தூக்கும் கதிரவனை
என் தலையணை தாண்டி பார்க்க...

28. கடவுளின் பிள்ளைகள்

இந்த பிரபஞ்சத்தின்
பெருங்காதலை,
பெருந்துயரை,
பேரன்பை,
ஒருபோதும் சாதாரண மனிதர்களாகிய
உங்களால் காணவே இயலாது.
இவை அனைத்தும்
அணைத்து வைக்கப்பட்ட விளக்கைப் போல,
கண் மூடி உலகை காணும்
கடவுளின் பிள்ளைகளுக்கானவை...

வெறும் காற்றுக்கு
ஆடை அணிவித்து
விற்பனை செய்து வருகிறான்
இங்கு ஓர்
பலூன் வியாபாரி......

29. உனை பற்றிய வரையறை

வரையறைக்குள் அடைக்கப்பெறாத வார்த்தைகளை
வரைபடத்தில் நிறுத்த இயலா வனப்பை
ஒலியினில் உணரமுடியா மௌனத்தை
உனக்குள் பொருத்தி பார்க்கிறேன்.....

ஒட்டாத உறவென்று தெரிந்தும்,
உன்னுடன் சுவரில் எழுதப்பட்ட
என் பெயர்,
ஒய்யாரமாக இன்னும் இருப்பது
ஆச்சரியத்தின் அதிசயம்...

30. விண்மீனின் ஒளி

என் வாழ்வின் சொச்சம் என நான்
எண்ணிய நாள் என்றுமில்லை.
மண்ணூடே விண்ணை நோக்க
மன்றாடா பொழுதுமில்லை.
மரம் என்ன, கொடி என்ன,
இனம் பார்க்கா இடமுமில்லை.
மோதிப் பார்க்க சென்ற நெடுஞ்சாலையில்,
முத்தமிடும் தூரத்திலே
நின்று செல்லும் வாகனமோ
சொல்லி அனுப்பியது தூது ஒன்று...!
தூசிதனை துடைத்து,
பூலோகம் மேலோகம் அட
அழிந்தாலும் விடாத ஆளொன்று,
வில்லொன்று எய்து
விண்மீனை கொண்டு
ஒளியேற்றி வருகிறாள் என்று...

★

31. இலவச இறகுகள்

உடைத்து போன நெஞ்சம்
இங்கு ஊரலாக மிதக்க,
நாட்கள் தின்று தின்று
நச்சென்று தலையிழுக்கும் மது போல ஆகிறது உனை பற்றிய -
சிந்தனைகள்,
அதை அழிப்பதற்கான மருந்தாக
அஞ்சல்தலையில் ஒட்டியது போல் எப்போதோ அகப்பட்ட -
புகைப்படத்தின் மிச்சம்
இங்கு இருந்ததாக நியாபகம்
கருணை அடிப்படையில்
கண்டுபிடித்து தருவாயின்
என் காலம் நீளும் என ஓர் நம்பிக்கை கண்மணி...

எந்த கிறுக்கன் சொன்னான் ?
பறப்பதற்கு இறக்கை வேண்டும் என,
அவளின் கை இருக்கையில்...

32. இறுகப்பற்று

நடைபிறழும் வயதில் எனை தாங்கும் தோளோடு,
நான் விடச்சென்றாலும் விடாத பிடியோடு,
நரை வந்து என்னை திரைபோல் சூழ்ந்தாலும்,
தீவு போல் செல்லாது உன் நினைவு.
வெகுதூரம் சென்றாலும்,
விண்மீன் கொண்டு துரத்தும் ஞாபகங்கள்,
காலத்தின் கால்களில் ஒருபோதும் மறையாது.
ஒலியென்றால் அது உன் குரலென்று,
உணர்த்தும் உன் நேச பார்வை,
நான் காணும் பாதைக்கு என்றுமே தெளிவு.
அழகிய ஒளியை அடைத்து வைத்த
உன் புகைப்படம் உள்ளத்தில் ஊடுருவ,
கண் காண்கிறது கனாக்களாக நிதமும்.
கடந்த கால நினைவுகளை கரை சேர்க்க
தவிக்கும்,
நான்
கடலென உனை காண்கிறேன்.
கலங்கரை விளக்காய் வாழ்வு வழிகாட்ட
இருகப்பற்றும் கடல்மண் போல்,
என்றும் எனை பிரியாதிரு...

★

33. அளவுகோல்

ஒற்றைக் குச்சியில் உலகை மடித்து,
வண்ணத்தை காட்ட மறுக்கும்
கண்ணாடி அணிந்து,
வழி மாறாமல் செல்கிறான்.
அகத்தின் அழகை
ஆராதிக்கும் ஆள் ஒருவன்...

<u>தள்ளு வண்டிக்கடை</u>

இழுத்து துடைக்கிறது இல்லாதவனின் பசியை
தள்ளு வண்டிக் கடை...!

34. நிம்மதியான உரையாடல்

மந்திரித்த நீரை போல மது,
மங்கிய ஒளியில் மார்பு கொடுக்க மரம்,
மீள் இருட்டில்
மிரண்டு போக காத்திருக்கும் தனிமை,
இனி மெல்ல தொடங்கும்
நிசப்த மொழியில்
அந்த நிம்மதியான உரையாடல்...

வாழ்க்கையின் அவ்வளவு அடியையும்
தாங்கி அசராமல் செல்கின்றான் அவன்.
எப்போதும் பார்க்காத அவளோ,
தன் புருவம் உயர்த்தி புன்னகைத்து செல்கிறாள்.
மேலே ஒருவனோ,
இந்த அடியை இனி எப்படி தாங்குவாயாட என
ஏளன சிரிப்பில்...

35. காதல் கொலை

உரமிட்டு வளர்க்கும் காதலுக்கு ஊட்டச்சத்து குறைவாம்
ஊர்க்காரர்கள் பேசியே கொல்கிறார்கள் ...

★

★

இரண்டடி குறளைப் போலாவது
எல்லாவற்றையும் சொல்லி இருந்தால்,
இரண்டாயிரம் ஆண்டுகள் கடந்தாலும்
பெரிதாக பேசப்பட்டு இருக்கும்
அவர்களது காதல்...

36. கொடூர ஆசை

பனிகட்டியின் வெப்பத்தை
வெயிலின் குளிர்ச்சியை
அமைதியின் அலறலை
அன்பின் கொடூரத்தை
நிழலின் உருவத்தை
நிம்மதியின் புலம்பலை
நின்று ரசிக்க அப்படி ஓர் அதீத ஆசை ...

★

★

அசைபோட மறுக்கும் வார்த்தைகளுக்கு
ஆசைகளை அழிக்கும் வலிமை உண்டு

37. கனவின் வரவு செலவு

இழுத்துக்கொண்டே இருக்கிறது
இவ்விரவு
வா
வழி அனுப்பி வைப்போம்
வராத கனாக்களை வரவுகளாக கொண்டு...

இறந்த சறுகுகள்
இறகாக மாற
இளமை பிறக்கிறது எண்பது வயதிலும்...

38. சாலையோர சன்னியாசி

நடை பிணமாக ஓர் உயிர்
அடையாளம் அவனுக்கு மது
நரைத்த முடி
இழுபட்ட தோள் என
அழுக்குகளில் அரிதாரம் பூசி
இன்னும் ஓர் அழகை தாங்குகிறான்
ம (நி) றைந்த ஆசைகளுடன்....

வெற்றிடத்தின் சுதந்திரத்தை
வெறும் காற்று நிரப்பி பறிப்பதா...?

39. இலவச மின்சாரம்

இதயதுடிப்பை கொண்டு
இங்கு இலவச மின்சாரம் தயாரிக்கலாம் என்றால்
அவளை காணும் அந்த நொடியில் இவ்வுலகின் இருள் நீங்கிவிடும்.

<u>அவளின் அத்தியாயம்</u>

முடிவு தெரியா கனவு
உன்னில் முடியுமாயின்
அப்போதோ தொடங்குகிறது
உனக்கான அடுத்த அத்தியாயம்...

40. கடிகாரத்தின் காதல்

நின்றுபோன கடிகாரம்
நித்தம் ஒருமுறை சரியாக காட்டும் நேரத்தில்
தவறாமல் வந்து செல்கிறது
தன்னிச்சையாக உந்தன் பெயர்.

அவளை கண்டபின்
புற்றுநோயுற்ற செல்களும் மீண்டும்
புன்னகைக்க தொடங்குகிறது.

41. செல் அரிக்கும் மரம்

எங்கோ எப்போதோ முடிந்த நம் நினைவுகள்
இன்னும் இங்கு அவ்வபோது சுற்றுவதை
என்னால் உணர முடிகிறது.
ஆம் நேற்று கண்ட கனவு,
இன்று பார்த்த திரைப்படம்,
என்றுமே உருவாகும் உன் கற்பனைக்காட்சி என
அத்தனையும் அதற்கு சாட்சி
அதனால் தான் சொல்கிறேன்
செல்வதென்று முடிவெடுத்த பின்
செல்லின் அளவு கூட தங்காதே
செல் அரிக்கும் மரம்
செழித்து வாழ்ந்த வரலாறுகள் இல்லை கண்மணி.

42. இறுதி பயணம்

மெல்ல சரியும் இவ்வுடலின் எடை,
மேல்நோக்கி பயணிக்க ஆயத்தமாகிறது.
இறகை போல் இனி இந்த இதயம்
பறக்க பாதைகள் தயாராகிறது.
இனி,
உனை விழுங்கும் இவ்விழிகள்,
உறக்கத்திலே மறைந்து போகக் கூடும்.
வெறும் காற்றடைக்கப்பட்டு இருந்த உடல்,
கரையும் சாம்பலாகவும் மாறக் கூடும்.
உனை சுமந்த நினைவுகள்,
ஆக்சிஜனோடு அணையாமல் எரியக் கூடும்.
ஆகவே சொல்கிறேன்,
இக்கணமே இங்கிருந்து உன் நினைவுகளோடு சென்றுவிடு.
வெயில் தாங்க உன் தேகம்,
இவ்விறகோடு சேராமல் விடைபெற்று...

43. ஏழு கடல் ஏழு மலை

ஏழு மலை,
ஏழு கடல் தாண்டினால் கூட
இனி உனைப் பொருத்தி பார்க்க
ஒருத்தி இருக்கப் போவதில்லை.
அப்புறம் ஏன் நேர விரயம்?
சற்றும் தாமதிக்காமல்,
சலனம் போலவதே வந்து செல், கண்மணி.
பிடிக்கும் தொலைவுதான் என
பித்தாவது தெளியட்டும்...

44. தனிமைக்கு விடுதலை

வாசல் சாவியை விழுங்கி வீட்டில்
வாழும் சனியனுக்கு,
மேற்கூரை காலியான மனிதன்
துணையாக செல்ல,
நதிக்கரை மீது நடமாடும்
சாத்தானுடன் நலம் விசாரிப்பு
நடைபெறுகிறது.
வெவ்வேறு உலகத்தின் விசித்திர உயிரனங்களின்
விருந்தோம்பலை
உற்றுநோக்கிப் பார்க்கிறது
பட்டுப்போன அந்த ஆலமரம்.
உச்சு கொட்டும் பல்லிக்கு
உயிர் உள்ளதே அதிசயம்!
எட்டடி சுவரில்
கட்டுச்சோறு கட்டி வாழ்ந்தவனின்
எதிர் நிற்பவர்களின் தூரம் செல்ல,
கை விலங்கிடாமல் வளர்ந்த தனிமைக்கு
சற்று காற்றோட்டமுள்ள அறை
ஓய்வு அளிக்கிறது...

45. அவள் ஒரு மாயை

அவள் ஓர் மாயை
நேசத்தின் பேய்
நிம்மதியின் அரக்கி
காலத்தின் கடன்
காத்திருப்பின் துணை
ஆம் அவள் ஒரு மாயை....

இறந்து விழும் சறுகுகளுக்கே
இங்கு இறகுகள் இலவசம்....

46. கொடூர மரம்

எனக்கு தெரிந்த ஓர் கொடூர மரம் உள்ளது, கண்மணி.
ஆம்,
சக மனிதனைப் போல வாழ்ந்து வந்த அவனுக்கு
பூக்களை சமிக்ஞைகளாக அள்ளி வீசி
அவளை அறிமுகம் செய்த மரம் அது.
சபிக்கப்பட்ட உலகில்
காதல்தான் விமோசனம் என கற்றுக்கொடுத்த மரம்,
பல காதல் கதைகளை கிளைகளாக கொண்டு,
இலைகளாக உயிர்களை கொட்டி விளையாடும் மரம்.
ஊராருக்கெல்லாம் நிழல் கொடுத்து,
அவனுக்கு மட்டும்
அவள் நினைவுகளை கக்கும்
கொடூர மரம் அது...

★

47. அன்பின் காத்திருப்பு

நடைபாதை நாள்தோறும்
பல கால்களின் காதல்களை கண்டாலும்,
இதயம் என்றுமே
ஒதுக்கி தள்ளப்பட்ட இலையுடன் தான்.
அதுபோலவே
உருவங்கள் பல உரையாடிப் போனாலும்,
உன் இருப்பை தீர்மானிப்பது
உடல்களோ அல்ல.
வஞ்சி அவளை நோக்கிப் பாயும்,
வரையறுக்க முடியா
அன்பின் காத்திருப்பு...

48. இளமை பிறக்கிறது

ஒரு சான் கயிறுக்குள்ளும்,
ஒரு குப்பி மாத்திரைகளிலும்,
ஒரு மெல்லிய பிளேடுகளிலும்,
ஓர் ஆயிரம் அடி உயரமுள்ள
மலைமுகடுகளுக்கும் மத்தியில்
தேட முயன்ற
நிம்மதியான வாழ்க்கை.
அக்கறையில் இருந்து கொண்டே,
அரை மாத்திரை அளவுள்ள
சொற்களிலும் கிடைக்கும் என்பது,
காலத்தின் சுழலில் சிக்கிய பின்னரே,
குளிரில் உருகும் பனிக்கூழுக்கு
குருடன் காணும் வழியாக தெரிகிறது...

49. ஞானியாக வழிமுறைகள்

முற்றும் துறந்த
ஞானி போல் ஆவதெல்லாம்
அவ்வளவு கடினம் இல்லை.
உனக்கான முகம் தேடு,
அவளை பதிவேற்றம் செய்,
பகல் கனவு காண்,
பதில் கிடைக்கா உரையாடல் நிகழ்த்து.
பச்சையமற்ற இலை போல
ஒரு நாள் வாழ்வு நிறம் மாறும்.
இரவு கைகொடுக்கும்,
இல்லாமை கதை கேட்க,
நிஜம் நிழல் போல உனை சுற்ற
அப்போதே ஆரம்பிக்கும்
அந்த அத்தியாயம்...

★

50. கடைசி துள்ளல்

இரை தேடும் பறவையாய்
நான் தேடும் உரையாடலை
உயிர்ப்பிக்க வாயென் கண்மணி,
மௌன பித்து பிடித்து
காற்றும் விசமாகிக் கொண்டு இருக்கிறது....

தலை வெட்டப்பட்ட மீன்
கடைசியாக ஒரு முறை துள்ளிக் குதித்து பார்க்கிறது
குழம்பில்...

51. கரிய நினைவுகள்

நினைவுகளை
சுள்ளிகளாக உடைத்து
எரித்து
கரியை அள்ளி பூசி கொள்கிறது
மறக்க நினைத்த ம(ன)ரம்.

மொத்த நினைவுகளையும்
சில்லறையாக்கி கொடுத்து
சென்று இருக்கிறாள்;
எண்ணிப்பார்த்தே
நாட்களை கழித்து மகிழ...

52. எனது தேடல்

அனுதாப வார்த்தைகளுக்காவோ,
அல்லது அழுகின்ற எமோஜிக்காவோ,
நான் ஒருபோதும் எழுதுவதில்லை.
அவளை பற்றிய தேடலில்,
நிறுத்தங்கள் அதிகம்,
நாட்களோ நீளம்,
வழியோ சிக்கல்,
இப்படி இருக்கையில்,
அவள் இருக்கையை வெறும் முகச்சாயலில் அடைக்க இயல-
வில்லை.
அதனால், அடிக்கடி அடையாளமாய் தேவைப்படுகிறது
கிளை மடித்த வழியாய்
நெடுந்தூரம் செல்ல,
அவளைப் பற்றிய உரையாடல்...

★

53. நவீன சிறைச்சாலை

இரண்டு அடி தூரத்தில் இருந்தும்
இழுத்து பிடிக்கும் கர்வத்தால்
கம்பி இல்லாமல்
கழுத்து நெறிபட
கட்டி அமைக்கபடுகிறது
நவீன சிறைச்சாலை ....

54. கண்ணாடி முகம்

கண்ணீரிலே கரைந்து போவதை விட,
கானல் நீராக நீ இருந்து விடுவது தான் பிடித்து இருக்கிறது.
வறட்சியின் பிடியில் வாழ்பவனுக்கு,
ஆறுதல் என்பது
அருகில் இருப்பதே மட்டும் அல்ல...

★

★

அவள்
கண்ணாடி முகம் அதை
காணும் போதெல்லாம்
கை ஏனோ உருமாறுகிறது
இல்லாதா சீப்பாக....?

55. முழுநேர காவல்காரன்

நொறுக்கப்பட்ட உரையாடல்களுக்கு பின்னால்,
இங்கு நூறு நினைவுகளாவது அலைந்து கொண்டு இருக்கிறது.
கற்பனையில் கட்டி உடைக்கப்பட்ட கோட்டைகளுக்கு,
காவலுக்கு இருப்பதாய் நினைத்து.

இலை இழுத்து செல்லும் நீரில்
வடம் பிடித்த தேர் போல்
பயணம் செய்யும் எறும்பு
துடிதுடிப்பதை பார்த்து
ரசிக்கும் குரூர குணம் எனக்கு ஏன்?

56. உயிர் பிழைக்கும் நாட்கள்

இறகு இழந்த பறவை போல,
இளமை இழந்த என் இரவு
இப்போது மீண்டும் வேர் வைப்பதை
சற்று தயக்கத்துடன்,
இரையில் மாட்டா மீனைப்போல்
எட்டி நின்று உனை காண்கையில்,
என்னால் கண்கூடாக பார்க்க முடிகிறது
நாட்கள் உயிர் பிழைப்பதை மீண்டும்...

57. இரை

மதுவில் மிதக்கும் மீனுக்கு
மிதக்கின்ற கண்ணாடி குடுவை எல்லை
சிகரெட் சுவாசத்தில்
இரவை விழுங்க
இரையாக வருகிறது இல்லாதவளின் நினைவுகள்......

58. மீனின் இறுதி ஊர்வலம்

நதிக்கரை ஓரத்தில்
இறந்து மிதக்கும் மீனின்
இறுதி ஊர்வலத்திற்கு,
தன்னால் முடிந்த மலர்களை
அசைந்து வீசுகிறது
அருகில் இருந்த தனிமரம்.

★

59. அதிசயம் நிகழட்டும்

எட்டி நின்றே அவளை
பார்த்து பழகியவனுக்கு,
இங்கு கனவில் கூட
விரும்பும் காட்சி கூட
விண்ணில் தெரிவதால் கவலை,
விஞ்ஞானிகளே, விரைவில் வழி உருவாக்கி தாருங்கள்,
அப்போதாவது
அருகில் செல்லும் அதிசயம் நிகழட்டும்.

60. உரையாடலின் கணக்கு

நமது மொத்த உரையாடல்களையும் கணக்கு செய்தால்
மூன்று நிமிடங்கள் தாண்டுவதே பெரிது
பிறகு ஏன்
கால் நூற்றாண்டு தாண்டி,
காலம் உனை இழுத்து பிடித்து
வைத்துள்ளது கண்மணி...

61. பேரழகின் பெருங்காதல்

அழகே, அடிக்கடி காண்கிறேன்
அதிகாலை கனவில்
ஓர் புதுக்கவிதை
நாட்டியம் ஆடிச் செல்லும் நதியில்,
நலினமாய் மிதக்கும் பூ போல,
என் விழி மூட விரியும் செவ்வானத்தில்,
விளக்காய் தெரியும் பேரழகு ஒன்று.
மலை, கடல் மடமடவென தாண்டி,
இருள் அதை உணவாக கொண்டு,
என் இரு கைகளை இறுக்கத்துடன் பிடித்து,
விடாமல் துரத்தும் நிழலை போல்,
விடிகாலை வரை பயணம் செய்கிறது.
முடிகிற கனவில்
விழிக்கின்ற முகம் அது நீயென
வந்துச் சொல்கிறது நினைவு.

62. தேடலின் ரகசியம்

இருப்பதை தொலைந்துவிட்டதாக
நினைத்து இருட்டில் தேடுவதில்
சிலருக்கு அலாதி பிரியம்.
அவர்களது நோக்கம் எல்லாம்
தேடிக்கொண்டே இருக்க வேண்டும்,
இல்லை, தேடப்பட்டு கொண்டே இருக்க வேண்டும்...

அத்தியாயம்63

சுவரொட்டிகளில் சிந்திய
மைதா சுவை கண்டு, தின்று
வளர்ந்த மாடு
மதில்சுவரில் ஒட்டியதுபோல்
நெடுஞ்சாலையில் சரிந்து கிடக்க,
சொட்டு ரத்தம் குடித்த ஈக்களோ
முட்டிமோதி எழுப்பி பார்க்க,
மொத்த பாலும் குடித்த கூட்டமோ மூக்கில்லாமல் நடந்து செல்கி-
றது....

★

64. பெருங்கடலின் பிடிவாதம்

கரையில் கண்ட
கன்னி அவளின் விலாசம் தேடி
விடாமல் அலை அனுப்பிப்பார்த்து விசாரித்து வருகிறது
பிடிவாதம் கொண்ட பெருங்கடல்...

என்ன ஒரேயொரு குறைதான்
இவ்வளவு காணும் கண்களுக்கு
என் கதை
ஏன் தெரியவில்லையென...!
என்ன ஒரேயொரு குறைதான்
இவ்வளவு அழகாக பேசும் மௌனத்திற்கே
ஏன் ஒரு குரல் இல்லையென...!
என்ன ஒரேயொரு குறைதான்
இவ்வளவு நடந்த கால்கள்
ஏன் இரண்டடி தூரம் தாண்டவில்லையென...!
என்ன ஒரேயொரு குறைதான்
ஊருக்கே கேட்கும் குரல்
ஏன் உனக்கு கேட்கவில்லையென...

65. மழை

வறண்ட நதியில்
முகம் பார்த்த வானம்
உடைந்து அழுவதற்கு
மழை என்றும் பெயர்.....

மழைக்கொண்டு நீர் சேர்த்த நிலமும்
அலைக்கொண்டு மணல் சேர்த்த கடலும்
பிழைக்கொண்டு தேக்கி விளையாடிப் பார்க்கிறது
உன் பாதத்தை.

66. நினைவுகளின் பசி

பசியில் துள்ளிக் குதிக்கொண்டு உள்ளது உனைப் பற்றிய நினைவு-
கள்
கள்ளிப்பால் கொஞ்சம் கொடுக்கவும்
பசியாற்றி விடுகிறேன்.
பாவம் பசியறியாத குழந்தைகள் அவை
வளர வழியில்லாமல்
வாழ துடிப்பவையை வழி அனுப்பி வைப்பது தானே முறையாகும் .

முயற்சி செய்யும் போதெல்லாம் முறைக்கிறாள்
மறைக்க நினைக்கும்
காதலை
மனதில் கொண்டு..

67. பாரதி பஸ்

இப்போதும் பாரதி பஸ்ஸை கண்டால்
படியை நோக்கி செல்லும் பார்வை மாறவில்லை
ஆம்,
பயணத்தை தொடங்கி வைக்கும் பச்சை நிற சுடிதாரையும்,
பின்னலுக்கு சிக்காத கூந்தலையும்,
ஜன்னல்களுக்குள் பூட்டப்பட்ட உன் விழிகளையும்
தேடிய
என் நாட்கள் இருப்பதற்க்கு
இல்லாமல் போன
உன் இருப்பு இன்றும் தேவைபடுகிறது கண்மணி.

68. வானவில்

மழைக்கு பயந்து முகம் மறைக்கும்,
வெயிலின் வெளிப்படுத்தா காதலே,
வானவில்...

<u>தெருவிளக்கு</u>

இரவிடம்
கண்சிமிட்டி காதலை சொல்லப்பார்க்கிறது தெருவிளக்கு......

69. வரலாற்றில் பொறிக்கப்பட்ட வேண்டிய நாள்

நோக்கியாவிற்கு முந்தைய காலம் போல,
நோக்கியவண்ணம் சென்ற பொழுதில்,
நீங்கிய வெட்கம் தாண்டி
நிமிர்ந்து நான் பார்க்க,
அமிழ்தம் போல
அவள் தொடங்கிய வார்த்தை
அழைத்து சென்றது ஓர் அதிசய உலகிற்கு.
அன்பின் அரங்கேற்றம் நடைபெற,
கோபித்துக்கொள்ளா வண்ணம்,
கொண்டாட்டப் பெயர் வைப்பதில் குழப்பம்,
குறித்து வைத்துக்கொள்கிறேன்
என் வரலாற்றில் இது பொறிக்கப்பட்ட வேண்டிய நாள் என மட்-
டும்...

★

70. காதல் தோல்வியின் புது விதிமுறைகள்

அனாதையாக்கப்பட்ட இரவு,
ஆகாயம் நிறைய ஒளி தரும் விளக்கு,
ஆறுதலாக ஓர் தெருநாய்.
இப்படியே கேள்விப்பட்ட காதல் தோல்விகள்,
இப்போது இவளின்
புதிய இலக்கணப்படி,
டபுள்டிக் பெறாத குறுந்செய்தி,
தன்னிறைவு அடையாத அரைமணி நேர கெஞ்சல்,
அசதி அடைய கேட்கும் மன்னிப்பு என,
அம்மாவாசை இரவில் அகலாத நிழல் போல்
அவளைச் சுற்றியே இருக்கின்றன...

71. நம்பிக்கை கொள்

சேரும் இடம் தூரம் என எண்ணி
சோடை போவதில்லை பறவை
வாழும் நாட்கள் வாரம் என
வருத்தம் கொள்வதில்லை வண்ணத்துபூச்சி
பிறகு ஏன் பித்து பிடித்தாற்போல்
பிடித்துக்கொண்டு அலைகிறோம் பிறக்காத விசயத்தின் முடிவை தேடி...

72. சொல்ல மறந்த கதை

ஒரு கதை சொல்லட்டுமா கண்மணி !
உனக்கு நான் சொல்லி இருக்க வேண்டிய கதை.
உன் காதோரம் உரசாமல்
கடந்து போன உரையாடலை பற்றி,
கரங்கள் இரு மின்சார கம்பிகளை போல
நெருங்க முடியாததை பற்றி,
நம் இமைகள் இடைவெளியாலே மரித்துபோனது பற்றி,
இவ்வுலகை ஒன்றாக அளக்க படைக்கப்பட்ட
நம் கால்கள் சந்திக்காததை பற்றி,
சபிக்கப்பட்ட இவ்வுலகில்
சடலமாக மீட்கப்பட்ட நம் காதலை பற்றிய கதை கண்மணி
இப்போதாவது கேட்டுக்கொள்.

73. நினைவுகளின் சேமிப்பு

வானுயர்ந்த கட்டங்களின் வருகையால்
இப்போது விண்மீனை எளிதாக தொட முடிகிறது.
வரைபடங்களின் ஊடே இவ்வுலகையே சுற்ற முடிகிறது.
ஆனால், ஏனோ தெரியவில்லை,
வங்கியில் சேர்த்து வைத்த உன் நினைவுகளை
செலவு செய்ய வழி எதும் பிறக்கவேயில்லை... ?

இலையின் நுனியில் காயும் ஈரம்,
இமையின் ஓரம் இல்லாமல் போக.
மழையின் வாசம் மறந்த நிலம்,
மலடாய் மாறி, மரித்து போனது போல.
மக்காத குப்பைகளை சுமக்கும் மனம்,
நாள்தோறும் சொல்லி அழுவது,
எத்தகைய சாபம், கண்மணி?

74. இரவின் சோகங்கள்

இரவுக்குள்ளும்
இத்தனை சோகங்களா என
கேட்டதும் அழ ஆரம்பிக்கிறது தெருநாய்..

வார்த்தைகளுக்குள் அடைக்கப்படும் வலிகள்
எவ்வளவு பெரிய நிம்மதி தெரியுமா?
நான் பார்த்திருக்கிறேன்
ஈரத்துணி காய்ந்த பின்னர்,
மேனி மாறியும்,
நாவிழுத்து, நரம்பு அறுபடும் அளவுக்கு
நரை படர்ந்தாலும்,
விட்டொழிய வழி இருந்தும்,
விழித்திருப்பதற்காகதான் இரவு என,
விழி தேடி பேச நினைத்த
ஒருவன்,
புன்னகையை புதையலாக சுமந்து செல்லும் வலியை...

75. மௌனம்

நீ பேசாத நேரங்களில்
உன் விழிகள் ஓர் யுத்தமே செய்து உணர்த்தி செல்கிறது
அழகே,
அமைதிக்கு இன்னொரு பெயர் உன் மௌனம்.
அதில்
உரையாடல் இல்லை,
ஊர்காரர்கள் பற்றிய பயமும் இல்லை,
துருவங்கள் பார்க்காத இரு உருவங்கள்
துணிச்சலுடன் எல்லாம் பரிமாற என.

76. காலத்தின் கட்டாயம்

வெப்பத்தின் விடுதலைக்காக வெண் நிலவையும்,
பகலின் கடும் தனிமைக்கு கதைபேச இரவையும்,
பனித்துளியை பறக்கசெய்து மேகமாகவும்,
துன்பத்தில் பிடியில் இருந்த இலைகளுக்கு இறகையும்,
மொட்டுகளை புன்னகைக்கும் பூக்களாய்
செய்யும் காலமே,
எங்கோ இருந்த என்னை
வெறும் எண்ணை கொண்டு
உன்னில் சேர்க்க இன்னொரு அத்தியாம் எழுதுகிறது.

77. தனிமைக்கு விடுதலை

முதல் காதல் கண்முன்னே கலைந்து போன தருணம்
கள்வன் ஒருவன் காதலன் ஆனான்
சோகம் சூழ்ந்த உன்னில் சுகமாய் தழுவி
காயத்தை மறைத்து அரவணைக்க கடவுளாய் வந்தவன்
இவன்
வர்ணிக்க வார்த்தை இல்லா காதலனுக்கு
வார்த்தைகளை வட்டிக்கு வாங்கும் காதலியே
வாழ்த்துக்களுடன் விடைகொடுக்கிறாள்
தனிமைக்கு விடுதலையை.

78. மறதி

எத்தனை எத்தனை நினைவுகள் எனக்குள்
உழைக்கும் ஆந்தையின் இரவுகளில்
உப்பளங்களின் நீராய்
துரத்தும் அலைகளின் வலிகளில்
விழித்திருக்கும் இவ்விழிகள்
தாலாட்டாய் தேடுகிறது மறதி...

79. தெருக்கோடி மனிதன்

ஆதிசாயம் அழ(ழுக்)கற்று பூசப்பட்டு,
அரைநிர்வாணம் ஆடையாக்கப்பட்டு,
அன்பால் அனாதையாக்கபட்டு,
அகதிகளாக அடையாளமாக்கப்பட்டு,
இத்தனை பட்டு இருந்தும்
பட்டற்று
பற்றுற்று
சாயங்கள் பூசி வாழ்வது எத்தகைய சாபத்தின் சாபமோ..

80. தூதுவன்

காரிருளில் மூழ்கிய கன்னி அவளின் காதலை
யாரும் அறியா காலதரின் வழியே
எடுத்து சென்று கரைசேர்த்து
விடுதலை அனுப்பிவைக்க
வேகமாக வளர்ந்து வருகிறது வெண்ணிலா.

தனிமையின் கொடூரத்தை உணர்ந்த அவன்
ஒருபோதும் அந்த சிகரெட்டுகளை
இரு விரல்களின் பிடியிலிருந்து விட்டதே இல்லை.

81. ஒளி வீசும் விழி

அரிதாரமும் இல்லை
ஆபரணும் அலங்கரிக்கவில்லை
ஆனாலும் அப்படி ஓர் அழகு
தரைப் பார்த்து செல்லும் உன் விழிகள்
தவம் கிடக்கும் எனக்கு
தரிசனம் தருமாயின்
ஆன்மீக உடையில்
அனுதினமும் சுற்றும் அடியேனுக்கு
வரம் ஒன்று கொடுப்பாயா
உன் விழி வீசும் ஒளி அதனை தாங்க.

82. ஏழ்மையின் விளைச்சல்

பச்சை வயல் பருவமடைய
பருவ மலை பசியை போக்க
ஊருக்கே படியலுக்கும் உழவன் அவன்
உரம் வாங்க வாங்கும் கடன்
ஏர்பிடிக்க
ஏழ்மை விளைந்து நிற்கிறது.

83. பேருந்து பயணம்

பரபரப்பான சாலையில் உலா வரும்
ஓர் பேருந்து பயணம்
உறக்கத்தில் உறைந்தும்
அலைபேசியில் தொலைந்தும் சில பேர்
கற்பனையில் கதை பேச நானோ
அமைதியாக கேட்கிறது ஜன்னல்
அறியாத ஊர்கள்
தெரியாத முகவரிகள்
அறிமுகமாகும் முகங்களுடன்
வயது குறைந்து வாடிக்கையாகி போகிறது வேடிக்கை பார்க்கும் மனம்
இழுத்து வரும் காற்றில் இசையாய் இரைச்சல் வர
மெல்ல மெல்ல அழகாகிறது பயணம்.

84. நவீன சிறை

கண்களில் நுழைந்து,
கனிவாய் கதை பேசி,
களவாடி சென்ற என் இதயம்,
அடைக்கப்பட்டு இருக்கிறது
ஓர் கம்பியில்லா கூண்டில்.
சாவி இருந்தும்,
திறக்கத் தோனாமல்,
திரும்ப பெற விரும்பாமல்,
திசையெங்கும் பாராமல்,
அகப்பட்டு கிடக்கிறேன் நவீன சிறையில்.
அழைத்து செல்ல
அலைக்கடல் தாண்டி,
அவள் வருவாள் என.

★

85. விடுதலை

முதல் காதல் கண்முன்னே கலைந்து போன தருணம்,
கள்வன் ஒருவன் காதலன் ஆனான்.
சோகம் சூழ்ந்த உன்னில் சுகமாய் தழுவி
காயத்தை மறைத்து அரவணைக்க கடவுளாய் வந்தவன் இவன்.
வர்ணிக்க வார்த்தை இல்லா காதலனுக்கு,
வார்த்தைகளை வட்டிக்கு வாங்கும் காதலியே,
வாழ்த்துக்களுடன் விடைகொடுக்கிறாள்
தனிமைக்கு விடுதலையை.

86. அவள்

மொத்த உலகத்தின் கண்ணீரையும்
தான் சேமிப்பதாய் நினைத்து
கர்வம் கொள்கிறது கடல்;

மொத்த உலகத்தின் புன்னகையும்
தானே பரப்புவதாய் நினைக்கிறது
பச்சிளம் குழந்தை;

மொத்த உலகத்திற்கும்
தானே கதை எழுதுவதாக நினைக்கிறது
பல காதல் கோட்டைகளை உருவாக்கும் கைப்பேசி;

அதுபோலவே, மொத்த பிரபஞ்சத்திற்கும்
சேர்த்து தான் கண் விழிப்பதாக
நினைத்து கொண்டு இருக்கிறாள்
இருளை தின்று வாழும் அவள்.

87. இறுதி சுவாசம்

இறுதி சுவாசத்தை நோக்கி இதயம் பயணப்பட்டு கொண்டு இருந்தது இப்போது எதிர்பார்ப்பு என்று எதுவும் இல்லாமல் இருத்தலே பொருத்தமாகும், ஆம் இல்லாது போவதென்றால் அதானே நியாயம். ஆனால் காலமோ கண்ணுக்கு எட்டியவரை பின்னோக்கி பிரயாணிக்கிறது.

கண்ணுக்கு எட்டியவரை என்பது கதையின் தொடக்கம். சூரியன் எப்பவும் போல மேற்கிலே மறைய ஆரம்பிக்க என் வாழ்வில் அந்த நிலவு

தோன்றிய நாள் அது. ஆம் வெயிலுக்கு கட்டப்பட்ட நிழற்குடையில் வெண்நிலா அகப்பட்டதோர் நிகழ்வு அது. ஆனால் அன்று அவளிடம் அகப்பட்டது என்னவோ நானாக இருந்தேன். பார்த்தவுடன் வரும் காதல் பாதியில் சென்று விடும் என கேள்வி பட்டு இருக்கிறேன்.

இப்பாடை தயாராக இருக்கும் இவ்வேளையில் அவளுக்கு என்ன வேலை. வேலை , ஆம் நியாபகம் வருகிறது விட்டுச்செல்ல நான் அவளிடத்தே விட்டுசென்ற காரணம். அறுபது ஆண்டுகள் எழுபத்தைந்து நாட்களில் இது முதல்முறை இப்போது ஏன் ? உனக்கான உயிரை எடுத்து கொள்ள வந்து இருக்கிறாய் தானே என்னால் உணரமுடிகிறது உன்னை. மறதியாலும் மறக்க முடியாத நாள் அது. கேண்டீன் உணவை வெறுத்ததன் பலன் அன்றுதான் கிடைத்தது.

பெரும்பாலும் ஞாயிற்றுக்கிழமை இரவுகள் வெறுக்கப்பட காரணம் திங்கள் கிழமையின் காலையாக தான் இருக்கும் ஆனால் இங்கோ ஞாயிற்றுக்கிழமை மெனு அதாவது சாம்பார் சாதம் தான் காரணம். அரிதான நிகழ்வாக அன்று நான் மட்டும் வெளியே சென்று திரும்பும் போது

கடைசியாக காலேஜ் பக்கம் வரும் பஸ் கடந்து சென்றது. சென்ற பேருந்தில் இறங்கிவள் ஏற்றிய பாரம் தாராளம். காரணம் ஏதுமில்லா-மல் அந்த இரவு மெல்ல தின்று தீர்த்து கொண்டு இருந்தது அவளது நினைவுகளை. மிக நீண்ட இரவுகளை கொண்ட டிசம்பர் 21 விட அது நீளம். பொழுது விடிவதற்காக விளக்கு வைத்தால் வெளிச்சத்-தில் விடியும் என நம்பிய பைத்தியக்கார காலம் அது .

தேடிச்சென்றவளை கண்ட பொழுது மொட்டை வெயிலும் வெள்ளை மாளிகை ஆகிப்போனது. வீதியுலா அவள் வந்த வேளையில் நடந்து பழகும் குழந்தை ஆகிப்போனேன். விழுந்து நடக்க கற்றுக்கொள்ளும் குழந்தை போல அவள் விரல்பிடித்து நடக்க விரும்பி போனேன். மெல்லச் சென்ற அந்த வெள்ளைத்தேரோ கொள்ளை அடித்துக்-கொண்டு சென்றது குட்டி இதயத்தை. அந்திமாலையும் முந்திச்-சென்று அவள் முகமதை நான் ஏந்திச் சென்றேன். வேசம் அதை நான் வீசிச்சென்று வீச வந்த புது

தென்றல் காற்றை நான் தேடிச்சென்று கிள்ளிப்பார்த்து

சொல்லிக்கொண்டேன் அது கனவல்ல என. வெயில் உண்ணும் நிழ-லிடம் அவள் வெளிச்சம் தேடி அலைந்த பொழுதுகள் அறை நூற்-றாண்டு

ஆயினும் அப்படியே உள்ளது. ஆயுளை அளந்து கொண்ட நடக்க ஆசைப்பட்ட நம் காலடிகள் அகதிகளைப்போல பிரிந்து சென்ற காரணம் இன்னும் கறைப்படிந்த வெள்ளைச் சட்டையாகவே உள்-ளது. விரல்

பிடிக்கும் தூரத்தில் விட்டுச்செல்ல துடித்த எனக்கு

விமோசனம் கிடைக்கவேயில்லை. முயற்சி என்ற ஒன்றை நான் செய்யவேயில்லை அன்று. ஊமைகளின் ஊரில் வாழ்ந்தவனின் வரலாறு போல் ஆகிபோனது எனது உரையாடலின் பெரும் பகுதி. சரியென்று நான் செய்த பிழையில் எரிந்த நினைவுகளின் சாம்பல் இன்னும் பறந்து கொண்டு தான் உள்ளது.

சிகரெட் புகையது தொழிற்சாலைகள்

தோற்குமளவாகவும்
உதடுகள் அடுப்பினை விட
கொதிக்கவும்
உள்ளமதோ அனலை பிரதிபலிப்பதுமாகவும் இருந்தன
எல்லாம் கன நேரத்தில் நிகழ்ந்து விட்டது
ஆம் விட்டதனால் தான் இவ்வளவும்.
லவ்வும் அவளும் அவ்வளவு எளிதில் சென்று இருக்க கூடாது.
முடிந்தது போகட்டும் வந்ததற்கு நன்றி, சென்று வருகிறேன் கண்-
மணி விழுந்தோடும் மழையில்
எழுந்தோடும் இலை போல்
என் பயணம் அமைய இருக்கிறது.
தெருவோரம் இனி தேவையில்லை
தியேட்டர் வாசலும் இனி காண வேண்டியதில்லை
விழித்து பார்க்கும் இந்த நொடி போதும்
விழுந்த உந்தன் தரிசனத்துடன் விடைபெறுகிறேன் கண்மணி.....

88. ஒரு காதல் கதை

ஒரு காதல் கதை,
அமிலத்தில் மூழ்கி இதயம் அழுகி போன
மரம் போல் ஒரு பெண் இருக்கிறாள்.
திசை தேடாத காற்றைப் போல
ஆண் இருக்கிறான்.
சுவாசமற்ற மரத்திற்கு
உயிர் அளிக்கிறது திசையற்ற காற்று.
ஆறுதலில் அசைய ஆரம்பிக்கிறது
அந்த மரம்.
இலைகள் துளிர்விட,
மலர்கள் மாலையிட,
மீண்டும் தனது வாழ்க்கையை
ருசிக்க தொடங்குகிறது மரம்.
கனிந்து வரும் வேளையில்,
மரத்தின் கவலையில் வெம்பி,
வெம்பி விழுந்துவிடுகிறது
பழுக்க நினைத்த பழம்.
மீண்டும் சுழற்சி,
காற்றின் சுவாசம் இல்லாமல்
மரத்தாலும் இருக்க முடியவில்லை.
திசை தேடாத காற்று,
மரத்தின் திசையை நோக்காமலும்
இருப்பதில்லை.
சுவாச பெருமூச்சில் இழுத்துப் பிடித்து அடுத்த அத்தியாயம்,
முடிவு அதே தான்.

துரத்தும் துன்பத்தில் திளைப்பதால்,
பழுக்க நினைத்தது
ஓர் எறும்பின் எடை தாங்காமல் விழுகிறது.
ஆச்சர்யப்படலாம்,
எறும்புக்கு இவ்வளவு பலமா என்று.
உண்மை, மரத்திற்கு வலிமை இல்லை.
இன்னுமோர் முறை
அந்த இளந்தென்றல் வீச ஆரம்பமாகிறது
அடுத்த பருவம்.
வேடிக்கை என்னவென்றால்,
இப்போது இலை தளைப்பதிலே கவலை.
திசையற்ற காற்று
தினம் தேடி வருவது
மரத்திற்கு மாறுதல் தரும் என எதிர்பார்த்தால்,
மரமோ,
எப்படியும் விழபோகும் ஒன்றுக்கு
வீண் முயற்சி ஏன் என
வேலியை போட்டுவிட்டது.
வேலியை தாண்ட முடியாத காற்று
வேடிக்கை பார்த்துக்கொண்டுள்ளது.
இதில் சோகம் என்னவெனில்,
கனிந்து வாராத பழத்திற்கு
காரணம் தெரிந்தும்,
கடிவாளம் கட்டிய குதிரையின் கண்களில்
உலகை பார்க்கிறது அந்த மரம்.
பின்னோக்கி செல்வதில் பிடிமானம் இல்லையெனில்,
முன்னோக்கி செல்வதே
மூளையுள்ளோர் செய்யும் செயல் என
சொல்லிக்கொண்டே போகிறது ஓர் அசரீரி...

www.ingramcontent.com/pod-product-compliance
Lightning Source LLC
LaVergne TN
LVHW090124160826
845673LV00015B/833

* 9 7 9 8 8 9 5 5 6 1 9 9 7 *